text and illustrations by
Stéphane and San Alexandre YVIN

The little Blue Dragon
Chú Rồng Xanh

From a little Blue Dragon,

San Yvin

San Alexandre Yvin

SPECIAL THANKS TO:

Nguyen Thi QUYNH, our painting and drawing teacher,
who started the project with us.
Dang Duc TUE and Dao Thanh HUYEN, our friends
and editors who finalize the project.
Pham Sy CHUNG for translations in English and Vietnamese.
MICHAEL Brosowski, for his help and his devotion
to disadvantaged kids.
TIN, for her first Vietnamese translation and promoting this book.

Lời cảm ơn

Chúng tôi trân trọng cảm ơn
Họa sĩ Nguyễn Thị QUỲNH, cô giáo dạy vẽ của chúng tôi,
người đã đồng hành cùng chúng tôi từ ngày đầu dự án.
Anh Đặng Đức TUỆ và chị Đào Thanh HUYỀN, những người bạn hữu
và cũng là những người biên tập đã giúp hoàn thiện cuốn sách.
Anh Phạm Sỹ CHUNG, người dịch sách sang tiếng Anh.
Anh MICHAEL Brosowski, người sáng lập tổ chức Rồng Xanh.
TIN, người đã dịch bản tiếng Việt đầu tiên và là người tích cực
quảng bá cho cuốn truyện này.

Few words from one of the authors, San Alexandre:

"My name is San and when my dad and I finished this book, I turned 13. I was born in Hanoi in 1998 where I always lived. I have a dad and a mum, I have presents for my birthday, and I don't know what suffering is. I am a kid like all others, some don't have this chance.
All the children have the same rights and are entitled to a bright future. This is why I would like to dedicate this book to all the children of the world, especially to disadvantaged kids."
To all the kids in the world...
May they live a real childhood: filled with dreams, happiness and questions.

Chia sẻ của San Alexandre, một trong hai tác giả:

"Tôi tên San. Khi cùng bố thực hiện cuốn sách này, tôi tròn 13 tuổi. Tôi sinh năm 1998 ở Hà Nội và lớn lên ở đây. Sống với bố, mẹ, được nhận quà mỗi dịp sinh nhật, không biết đến đau đớn, không chịu bất hạnh... cuộc sống của tôi giống rất nhiều bạn nhỏ. Nhưng tôi biết có những em bé không may mắn như tôi, có những trẻ nhỏ sống với những khoảng tối trong cuộc đời.
Mọi trẻ em đều có quyền được hạnh phúc và có tương lai. Tôi muốn dành tặng cuốn sách này cho tất cả các bạn nhỏ trên thế giới, đặc biệt là các bạn có hoàn cảnh khó khăn, không được may mắn như tôi."
Tặng tất cả các bạn nhỏ.
Cầu chúc các bạn có cuộc sống trẻ thơ thật sự: với những mơ ước, niềm vui và cả nhiều điều tự vấn.

We are honored and happy to offer this book to Blue Dragon Children's Foundation.

Blue Dragon Children's Foundation, based in Hanoi, helps children in crisis throughout Vietnam. With education at the heart of all they do, Blue Dragon works with street kids, children with disabilities, and victims of human trafficking.
Visit their website: www.streetkidsinvietnam.com

Chúng tôi rất vui và vinh dự tặng cuốn sách này cho Quỹ vì trẻ em Blue Dragon.

Blue Dragon, có trụ sở ở Hà Nội, đang hoạt động giúp đỡ trẻ em có hoàn cảnh khó khăn ở mọi nơi trên đất Việt Nam: trẻ đường phố, trẻ tàn tật và nạn nhân của buôn bán người.
Hãy dành chút thời gian của bạn để tìm hiểu về Blue Dragon trên web site:
www.streetkidsinvietnam.com

Một buổi chiều chủ nhật đẹp trời,
Sam và bố Alex quyết định đi dạo.
- Bố ơi, mình đi đâu?
- Mình ra bãi giữa sông Hồng con ạ.
- Mình phải đi về phía nào?
- Bố con mình sẽ đi lên cầu Long Biên,
ở đoạn giữa cầu có lối để xuống bãi.

On a beautiful Sunday
afternoon in spring,
Sam and his Dad, Alex,
decided to go on a bike ride.
"Where are we going, Dad?"
"We are going to the island in the middle
of the Red River."
"But how do we get there?"
"We'll get on Long Bien Bridge first,
then there is a stairway in the middle
of the bridge down to the island."

- Con phải chú ý đến các xe khác khi đi theo bố trên cầu nhé.
- Bố yên tâm, con sẽ cẩn thận mà.
Sau mấy cây số, hai bố con Sam đã ra đến bãi giữa. Nơi này thật yên tĩnh, thành phố ồn ào đã bị bỏ lại sau lưng.

On the bridge, you'll need to pay attention to bicycles and motorbikes. "Don't worry, Dad. I'll be careful."

After a short ride, Sam and his Dad arrived at the island. It was very quiet as all the city noises were now behind them.

"Look, Dad, there is an old man picking peas and squashes.

Hello! A beautiful day, isn't it?" Sam said.

"Do you know that the winter is almost over?" Alex asked.

The old man raised his head and said, "We are expecting a bumper crop this year. There will be enough water and the weather will be very nice."

"Could you please sell us some peas?" asked Alex.

"Payment isn't necessary. Consider it a gift for the boy," replied the old man.

"Thank you!"

- Bố nhìn kìa, đằng kia có ông cụ đang hái bầu và đậu.
Bố Alex hỏi:
- Chào bác, hôm nay được ngày đẹp trời. Liệu đã hết lạnh chưa hả bác?
Ông cụ nhìn trời và nói:
- Năm nay sẽ được mùa đấy, sẽ đủ mưa và đủ nắng.
- Bác bán cho bố con cháu ít hạt đậu nhé.
- Anh cầm lấy, tôi cho cháu đấy, ăn đậu này bổ lắm.
- Cháu xin ông ạ!

*L*ater, when they came home, Sam was very happy and told his mother about the peas.

"Mom, look, an old farmer Dad and I met on the island this afternoon gave me these peas. Can we eat them this evening?" Sam asked.

"Okay, I will cook these peas with tomato sauce and onion."

"Oh! Look at this, Mom! There is a navy blue pea, it looks strange. I'll keep this one."

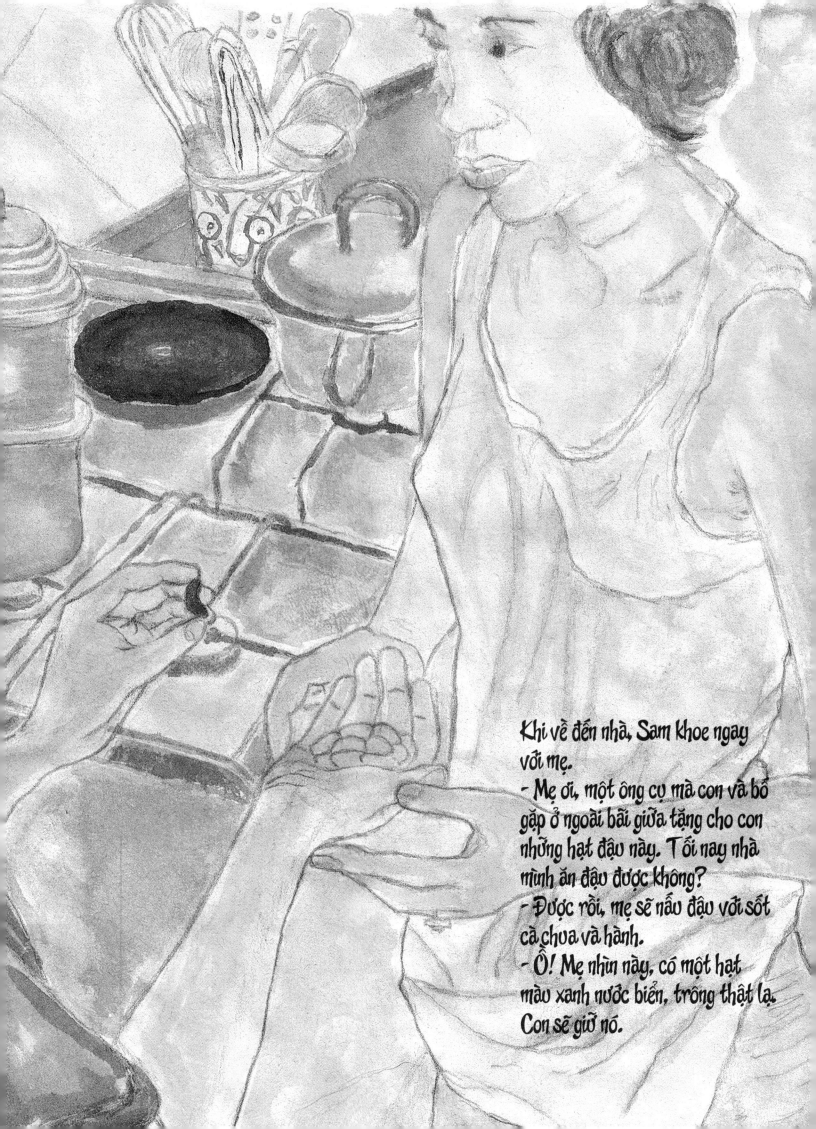

Khi về đến nhà, Sam khoe ngay với mẹ.
- Mẹ ơi, một ông cụ mà con và bố gặp ở ngoài bãi giữa tặng cho con những hạt đậu này. Tối nay nhà mình ăn đậu được không?
- Được rồi, mẹ sẽ nấu đậu với sốt cà chua và hành.
- Ồ! Mẹ nhìn này, có một hạt màu xanh nước biển, trông thật lạ. Con sẽ giữ nó.

After a long day going around by bicycle and a good dinner, Sam started to think about his soft bed. Because he had to go to school the next day, he went to bed early.

Before Sam goes to sleep, Dad always tells him a story.

That evening, Dad told him this story: "Once upon a time, there was a tiger…"

Sau một ngày dài dạo chơi rất thú vị cộng
với bữa ăn tối ngon lành, Sam bắt đầu nghĩ
đến chiếc giường êm ái. Trước khi đi ngủ,
bao giờ bố cũng đọc chuyện cho Sam.
Tối nay là chuyện:
- Ngày xửa ngày xưa có một con cọp già...

"**G**oodnight, Dad!"
And Sam slid the blue pea
under his pillow.

- Chúc bố ngủ ngon!
Và Sam giấu hạt đậu màu xanh nước biển dưới gối của mình.

Đạp xe cả ngày mệt nên Sam thiếp đi rất nhanh.
Bỗng nhiên, hạt đậu mọc lên... mọc lên rất cao...

When Sam was sound asleep, suddenly the pea started to grow... and grow very tall...

The small pea now grew into a dragon, but not any dragon. It was a mythical dragon. The dragon was strong and brave but gentle and lovely at the same time. The dragon could be hundreds of years old but still looked young and its body was navy blue.

Cái hạt nhỏ xíu biến thành... một chú rồng, nhưng không phải rồng bình thường! Đó là một con rồng thần thoại. Đẹp và hùng dũng mà trông lại rất hiền. Nó có vẻ rất trẻ tuy có lẽ nó đã vài trăm tuổi. Và đặc biệt là thân rồng màu xanh nước biển.

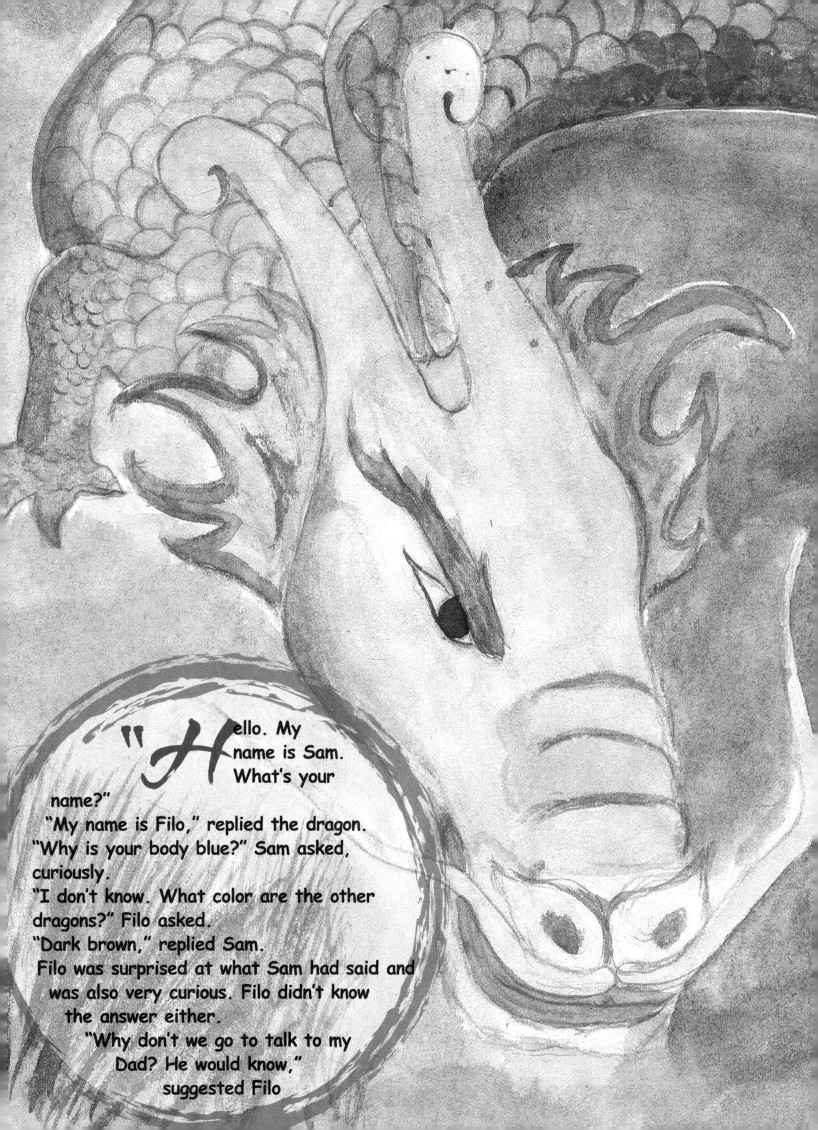

"Hello. My name is Sam. What's your name?"

"My name is Filo," replied the dragon.

"Why is your body blue?" Sam asked, curiously.

"I don't know. What color are the other dragons?" Filo asked.

"Dark brown," replied Sam.

Filo was surprised at what Sam had said and was also very curious. Filo didn't know the answer either.

"Why don't we go to talk to my Dad? He would know," suggested Filo

- Xin chào, tớ tên là Sam. Còn cậu tên gì?
- Tên tớ là Filo.
- Vì sao toàn thân cậu lại mang màu xanh vậy?
- Tớ cũng không biết nữa. Thế những chú rồng khác màu gì? Filo hỏi lại Sam.
- Màu nâu đậm.
Filo bảo:
- Mình đi gặp bố tớ, bố tớ chắc sẽ phải biết.

efore long, Filo and Sam arrived at Ha Long Bay. Filo's Dad was on an island in the middle of the Bay. Filo's Dad looked quite old but was still very healthy. Sam thought he must have seen many pirates here.

Chỉ trong nháy mắt, Filo và Sam đã đến vịnh Hạ Long. Bố của Filo ở trên một hòn đảo nằm giữa vịnh. Ông trông khá nhiều tuổi nhưng dáng vẻ còn rất khỏe mạnh. Sam nghĩ thầm: "Chắc hẳn ông đã nhiều lần nhìn thấy cướp biển ở đây."

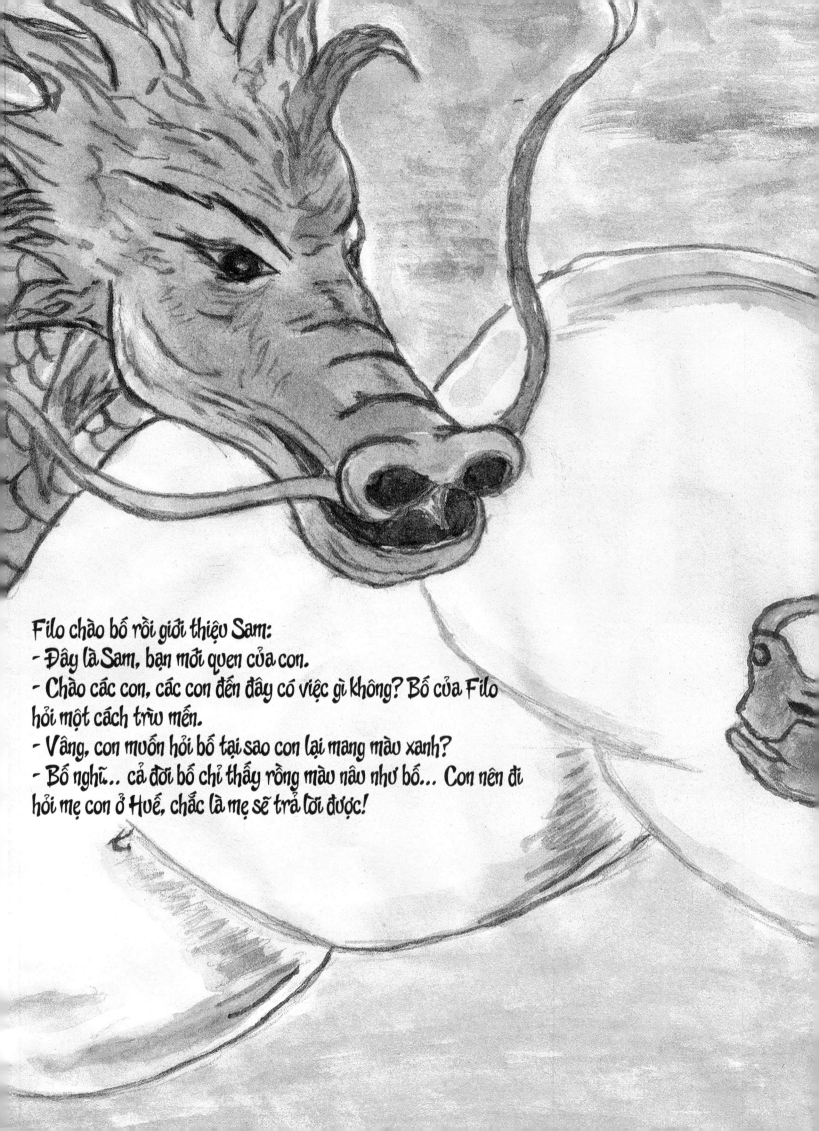

Filo chào bố rồi giới thiệu Sam:
- Đây là Sam, bạn mới quen của con.
- Chào các con, các con đến đây có việc gì không? Bố của Filo hỏi một cách trìu mến.
- Vâng, con muốn hỏi bố tại sao con lại mang màu xanh?
- Bố nghĩ... cả đời bố chỉ thấy rồng màu nâu như bố... Con nên đi hỏi mẹ con ở Huế, chắc là mẹ sẽ trả lời được!

Sau một chuyến bay hàng nghìn cây số, Filo và Sam tới một ngôi đền thiêng ở Huế.
- Chào mẹ, mẹ có thể giải thích cho con vì sao con lại có màu xanh không? Con đã đi hỏi bố nhưng bố không biết.
- Con yêu, đó là một câu chuyện rất dài...

After travelling thousands of miles, Filo and Sam arrived at a sacred temple in Hue.
"Hi Mom, can you tell us why my body is navy blue? I asked Dad but he doesn't know."
"Well, it is a long story..."

"One day, an emperor came to me and asked for help. To fight the invaders, he needed a magic sword and a horse, but not any horse. He needed a horse that could fly faster than the wind."

Một ngày nọ, một vị Hoàng đế đã đến gặp mẹ yêu cầu mẹ giúp ông ấy. Để đánh đuổi giặc ngoại xâm, ông cần một cây kiếm thần và một thiên mã, nhưng không phải là một thiên mã bình thường. Thiên mã này phải bay nhanh như gió.

"The emperor said that he needed to contact his soldiers from the east, the west, the south and the north. At that time, I thought you could help him..."
"Me? Why me?"
"Because only you can fly faster than the wind! You are a magical dragon. You are the only blue dragon in the world."

Vị Hoàng đế cần phải liên lạc được với quân sĩ của mình ở bốn phương, Đông, Tây, Nam, Bắc. Lúc đó mẹ đã nói là con có thể giúp ông ấy.
- Con ư? Tại sao là con?
- Vì cả vương quốc chỉ tồn tại duy nhất một chú rồng kỳ diệu, bay nhanh hơn sấm chớp, thân màu xanh... đó là con trai của mẹ.

"With a magic sword and a blue dragon that flew faster than the wind, the emperor drove away the invaders. Everyone loved and admired him."

Và thế là, với một chiếc kiếm thần và một chú rồng xanh, vị Hoàng đế đã chiến thắng kẻ thù. Nhân dân tôn thờ và yêu mến ông.

"To celebrate the victory, the emperor built a tower in the middle of a lake and called it Turtle Tower. And to protect the city, he also built a blue dragon-shaped bridge at the east entrance of the city."

Để kỷ niệm chiến thắng đó, vị Hoàng đế cho xây một ngôi tháp đặt ở giữa hồ và đặt tên là Tháp Rùa. Để bảo vệ thành phố, ông cho xây ở cửa ngõ phía đông một cây cầu mang hình một chú rồng màu xanh.

In 1.000 cuốn, khổ (23 x 30) cm tại Công ty TNHH In & DVTM Phú Thịnh.
Giấy đăng ký KHXB số: 816-2013/CXB/07-31/HĐ do NXB Hồng Đức cấp ngày 21/06/2013.
In xong và nộp lưu chiểu Quý III năm 2013.